குழந்தைகள் நிறைந்த வீடு

நா.முத்துக்குமார்

டிஸ்கவரி பப்ளிகேஷன்ஸ்

எண்: 9, பிளாட் எண்: 1080A, ரோஹிணி பிளாட்ஸ்
முனுசாமி சாலை, கே.கே.நகர் மேற்கு,
சென்னை - 600 078. பேச: 99404 46650

வெளியீட்டு எண்: 0379

குழந்தைகள் நிறைந்த வீடு
ஆசிரியர்: நா.முத்துக்குமார்

Kuzandhaigal Niraindha veedu
Author: Na.Muthukumar
Copyright: Jeeva Muthukumar©
1st Edition: Dec - 2020-6th Nov - 2024
ISBN: 978-93-89857-35-1
Pages: 80.

Rs. 110

Publisher • Sales Rights

Discovery Publications
No. 9, Plot,1080A, Rohini Flats,
Munusamy Salai,
K.K.Nagar West, Chennai - 78.
Tamilnadu, India.
Mobile: +91 99404 46650

Discovery Book Palace (P) Ltd
No. 1055-B, Munusamy Salai,
K.K.Nagar West,
Chennai-600 078.
Ph: (044) 4855 7525
Mobile: +91 87545 07070

discoverybookpalace@gmail.com / www.discoverybookpalace.com

இந்த நூலில் பிரசுரமாகியுள்ள எந்த ஒரு பகுதியையும் பதிப்பாளரின் எழுத்துபூர்வமான முன்அனுமதி பெறாமல் எடுத்தாள்வதோ, மறுபிரசுரம் செய்வதோ, மொழியாக்கம் செய்வதோ, அச்சு மற்றும் மின்னணு ஊடகங்களில் மறுபதிப்பு செய்வதோ, காப்புரிமைச் சட்டப்படி தடை செய்யப்பட்டுள்ளது. இந்த நூலிலிருந்து குறிப்பிட்ட பகுதிகளை மேற்கோள் காட்டி புத்தக விமர்சனம் செய்ய, ஊடகங்களுக்கு மட்டும் அனுமதி உண்டு.

உங்கள் மொபைல் போனிலிருந்து ஸ்கேன் செய்து டிஸ்கவரி புக் பேலஸின் மொபைல் ஆப்பை டவுன்லோடு செய்து, புத்தகங்களை வாங்குங்கள்.

சமர்ப்பணம்

கீஸ்லோவஸ்க்கி
பாலுமகேந்திரா
மணிரத்னம்
மூவருக்கும்

அப்பாவின் புத்தகம்

அப்பாவின் கண்களைப் பார்த்தால்
தீ போல தெரியும்!
அவர் எழுதிய வரிகளோ
பூ போல விரியும்!

அப்பாவின் கைகள்
இரும்பு போல இருக்கும்!
அவரின் கற்பனைகளோ
எரிமலைக் குழம்பு போல தெறிக்கும்!

அப்பாவின் கால்கள் புலிபோல்
பதுங்கிச் செல்லும்!
அவரின் கருத்துகளோ
எங்கிருந்தாலும் அது வெல்லும்!

அப்பாவின் மூளை அவரது கற்பனைச்
சாலையைக் கடக்கும்!
இது எனது வரப்போகும்
கவிதைப் புத்தகத்தின் தொடக்கம்!

அப்பாவின் புத்தத்தை வாங்கி
தமிழ் வளர்க்க வாருங்கள்!
எங்கள் குடும்பத்தில்
நீங்களும் ஒன்றாகச் சேருங்கள்!

நன்றி

கவிஞர் **ஆதவன் முத்துக்குமார்**.

டிசம்பர் - 2020

நா.முத்துக்குமார் (1975)

காஞ்சிபுரம் அருகில் உள்ள கன்னிகாபுரம்தான் நா.முத்துக்குமாரின் சொந்த ஊர். தறிக்கூடத்தின் ஒலியில் வளர்ந்த இவர், கிராம பள்ளிக்கூடத்தில் படித்துமுடித்து, காஞ்சிபுரம் பச்சையப்பனில் இளங்கலை இயற்பியல் பட்டமும், சென்னை பச்சையப்பன் கல்லூரியில் முதுகலை தமிழ் இலக்கியப் பட்டமும், சென்னை பல்கலைக்கழகத்தில் திரைப்பாடல் ஆய்வுக்காக முனைவர் பட்டமும் பெற்றவர்.

இவரது கவிதைகள், ஆங்கிலம், மலையாளம், இந்தி, பிரெஞ்சு, ஜெர்மன் ஆகிய மொழிகளில் மொழிபெயர்க்கப்பட்டு, பல்வேறு பல்கலைக்கழகங்களில் பாடத்திட்டமாகவும் வைக்கப்பட்டுள்ளன.

'பட்டாம்பூச்சி விற்பவன்' தொகுப்புக்காக 1997ம் ஆண்டின் 'ஸ்டேட் பாங்க் விருது' பெற்றுள்ளார். 1999ஆம் ஆண்டிலிருந்து திரைப்படங்களுக்குப் பாடல்கள் எழுதி வந்த நா.முத்துக்குமார், திரைஇசைப் பாடல்களுக்காக, சிறந்த பாடலாசிரியருக்கான இந்திய அரசின் தேசிய விருது, பிலிம்ஃபேர் விருது, தமிழக அரசின் கலைமாமணி விருது மற்றும் சிறந்த பாடலாசிரியர் விருது என பல விருதுகளையும் பெற்றுள்ளார்.

நா.முத்துக்குமாரின் அனைத்து நூல்களையும் அவரது நினைவுப் பதிப்பாக வெளியிடுவதில் டிஸ்கவரி புக் பேலஸ் பெருமைகொள்கிறது.

இந்த நூல்கள் வெளிவருவதற்குப் பெரிதும் துணையாக இருந்த திரைப்பட இயக்குனர்கள் ஏ.எல்.விஜய், அஜயன் பாலா, படைப்பாளர்கள் பவா செல்லதுரை, கே.வி.ஷைலஜா வழக்கறிஞர் சுமதி ஆகியோருக்கும் மற்றும் நூல்களை வெளியிட அனுமதி தந்த நா.முத்துக்குமாரின் மனைவி ஜீவா, மகன் ஆதவன் முத்துக்குமார் ஆகியோருக்கும் நெஞ்சார்ந்த நன்றிகள்.

நூல்களின் விற்பனை மூலம் பெறப்படும் தொகையில், ஒரு பகுதி நா.முத்துக்குமாரின் குடும்பத்தினருக்கு அளிக்கப்படுகிறது என்பதினால் வாசகர்களும் பெருமையடையலாம்.

- பதிப்பாளர்

தொட்டில் கட்டியவர்கள்

ஆனந்த விகடன்
குமுதம்
குங்குமம்
கணையாழி
புதியபார்வை
சுபமங்களா
சிறுகதைக்கதிர்
உதயம்
உல்லாச ஊஞ்சல்
சாவி
உங்கள் ஜூனியர்
குங்குமச்சிமிழ்
'ங்'
'ஹைக்கூ'
தினகரன் 'வாசுகி'
விகடன் பேப்பர்
பாக்யா

கவச குண்டலமும் கலை உத்திகளும்

நூறுக்கும் மேற்பட்ட ஹைக்கூ தொகுதிகள் தமிழில் வெளிவந்துவிட்டன. இந்திய மொழிகளிலேயே தமிழ்தான் இந்த இலக்கியக் களத்தில் வரலாறு படைத்திருக்கிறது. ஹைக்கூ கவிஞர்களின் ஆர்வத்துக்குத் திறனாய்வுகள் அணை போடமுடியவில்லை; விலங்கிட முடியவில்லை என்று சொல்வதைக் காட்டிலும், கலையறிந்த பாங்குடன் சீர் தூக்கிப் பார்க்கும் திறனாய்வுகள் இல்லை என்று குறிப்பிடுவதே பொருத்தமானது. ஹைக்கூ திறனாய்வு வளம் பெறவில்லை. அதனால், ஊக்கமளிக்கும் அணிந்து ரைகளும் பாராட்டுகளும்தான், அங்கீகாரங்களாய் முன்பக்கங்களில் அச்சிடப்படுகின்றன.

நெறிகளைத் தவிர்த்துவிட்டு, ஆயிரம் ஹைக்கூக்களை எழுதிக் குவிப்பேன் என்று பிடிவாதம் பிடிக்கிறவர்கள்; புதுக்கவிதையின் இடையிலே வரும் துணுக்கு மின்னல் களை ஒற்றியெடுத்து நகல் கவிதையாக்குகிறவர்கள்; மிகச் சாதாரணமான காட்சிகளை அபூர்வங்களாய் நினைத்து வடிக்கிறவர்கள் என்று ஹைக்கூ கவிஞர் தொகை என்னவோ பெருகிக்கொண்டுதான் வருகிறது.

இது இப்படியிருக்க, நற்சான்றிதழ் வழங்கும் பேராசிரியர்கள் சிலர், 'இதில் கற்பனை சிறப்பு; உவமை, உருவகம் சிலிர்க்க வைக்கிறது' என்றெல்லாம் காப்பிய இராமாயணத்தைச் சுவைப்பதுபோல ஹைக்கூவின் தவறுகளையே நியாயப்படுத்துவதும் விசித்திரமாக இருக்கிறது.

வண்ணத்துப்பூச்சிகளும், தவளைகளும் இப்போது அதிகமாய் எழுதப்படாமலிருப்பது ஆறுதலைத் தருகிறது. 'உவமை, உருவகம், பிரமாண்ட கற்பனை இருந்தாலென்ன?' என்று போர்க்கொடி ஏந்துகிறவர்களுக்கு ஒரு பதில்: 'குருவி தலையில் பனங்காயை வைக்காதீர்கள்!'

குறைந்த எண்ணிக்கையாய் முழுமைப்படும் ஹைக்கூவை, கருத்துச்சிதறல் ஆக்கத்தான் இவை உதவும். புனைவுகளாலேயே ஹைக்கூவைப் புண்ணாக்கி விடக்கூடாது.

இவற்றையெல்லாம் இங்கே நாம் புதிதாக ஆராய வில்லை. நான்கு நூற்றாண்டுகளுக்கு முன்பே ஆழ்ந்து, சூழ்ந்து ஆராய்ந்து பண்புகளை வகுத்திருக்கிறார்கள்.

கவிஞர் சுரதா அவர்கள், ஏதோ ஒரு கட்டத்தில் பேசியதை நான் இங்கு நினைவு கூர்கிறேன். "குழந்தை அழகாய் இருக்கிறது. ஆனால் அதைக் கொஞ்சிக் கொஞ்சியே கொன்றுவிடுவார்கள் போலிருக்கிறது!"

ஹைக்கூவின் நிலையும் அப்படி ஆகிவிடக் கூடாது. கொஞ்சுவதோடு நிறுத்தாமல், காது, மூக்கு, நாக்கு, தொப்புள் என்று எல்லா இடங்களிலும் துளையிட்டு நகை போட்டால் தாங்குமா? பச்சைக் குழந்தைக்கு உடல் எல்லாம் பச்சை குத்துவதா? எதை, எப்படி, எங்கு செய்ய வேண்டும் என்று ஒரு நியதி இருக்கிறது. விதைக்கே ரசாயன உரம் போடுவீர்களா?

இவையெல்லாம் இலக்கணம் என்று எவரும் தவறாக எண்ணிவிட வேண்டாம். பாட்டு இலக்கணம் அல்ல; வடிவ இலக்கணம் அல்ல. தமிழ் ஹைக்கூ மட்டுமல்ல, உலக ஹைக்கூவும் பதினேழு அசைகளைக் கட்டுப் பாடாகக் கடைப்பிடிப்பதில்லை. அவரவர் மொழிக்கேற்ப, ஒரு இணைவடிவம் அனுமதிக்கப்படுகிறது. ஸென்னை விட்டும் நகர்ந்து, தானே ஒரு கலை வடிவமாய்த் தனித்தியங்குகிறது. ஆனால், எந்தக் கோட்பாடுகளினால் ஹைக்கூ தனித்துவம் பெறுகிறதோ, எத்தகைய பண்புகளினால் அது பக்குவப்பட்டிருக்கிறதோ, அவற்றையும் தூர எறிந்துவிட வேண்டும் என்று சொன்னால் கர்ணனின் கவசகுண்டலத்தைப் பிய்த் தெறிவது போலாகும் அது. அதற்குப் பின்னும் கர்ணன் வாழ்ந்தான்; ஹைக்கூ வாழாது. ஏதோ ஒரு துணுக்காய், துளிக் கவிதையாய்ச் சிந்தப்படும்.

"ஹைக்கூ என்பது படைப்பு அல்ல; கண்டுபிடிப்பு. கல்லின் வேண்டாத பாகங்களை உளியால் தட்டிக் களைந்து சிலையைக் கண்டுபிடிப்பது போல!" - இது ஆர்.எச்.பிளித் ஹைக்கூக்காகவே கொடுத்த விளக்கம். இதை தமிழில் ஏதோ பொதுவான கவிதைக்கான விளக்கமாக எவரோ தவறான மேற்கோள்காட்ட, அதை மென்று வாய்க்கு வாய் இன்று மெல்லுகிறார்கள்.

பொதுவான கவிதைக்குப் பல புனைவுகள் உண்டு. அது புனையப்பட்ட ஓவியம். வேண்டும், வேண்டும் என்று அலங்காரங்களைக் கேட்பது பொதுவான கவிதை. வேண்டாம், வேண்டாம் என்று தவிர்ப்பது ஹைக்கூ. இது சிற்பம். ஒட்டுக் குறியீடுகளை அது ஏற்பதில்லை. மூன்று வரிகளுமே முழுக் குறியீடாக அமையும். முரணைச் சுட்டிக் காட்டும். அவ்வளவுதான்.

மற்றபடி மூன்றுவரி, இடையில் ஒரு திருப்பம். எதிர்பாராத மின்னல் என்பவையெல்லாம் கலை உத்திகள். ரியலிசக் கவிதைகளும் புனைவுகளைத் தவிர்க்கின்றன; தவிர்க்காமலும் போகலாம். ஆனால், ஹைக்கூ உண்மையானதொரு நிகழ்வு பற்றிய, அல்லது காட்சி பற்றிய கூர்மையான, வித்தியாசமான பார்வை. அணுகும் முறையே தனித்துவமானது.

ஒருவகையில் ஹைக்கூ, புதுக்கவிதைக்கே தாய். ஹைக்கூவின் படிமக் குழந்தையாய்ப் பிறந்ததுதான் புதுக்கவிதை. ஆனால், தன்னைப் பல்வேறு பரிமாணங் களில் வளர்த்துக்கொண்டது. வளர்ந்த பெரிய ஆலமரத்தை போன்சாயாக்க முடியாது மீண்டும். புதுக்கவிதை ஒன்றைத் துண்டாய் வெட்டினால் அது ஹைக்கூ ஆகாது.

அடிவரையறையை வைத்து ஹைக்கூவுக்குப் பெயரிடுதல் பொருந்தாது. ஹைக்கூவின் எதிர்பாராத திருப்பத்தினால் அதற்கு 'கரந்தடி' என்று பெயர் தந்தால், அது அந்த இயல்புக்கு மட்டுமே உரியதாகிவிடும். 'மூவடி' என்று சொன்னாலும் அதே கதிதான். அதன் முக்கியப் பண்புகள் புறக்கணிக்கப்படும்.

குழந்தையின் சிறப்பு, அது எத்தனை கிலோ எடை என்பதால் அல்ல. மரபணு, மற்றும் வளரும் சூழ்நிலை இவற்றால்தான். ஷேக்ஸ்பியர் சொன்னதுபோல எந்தப் பெயரால் அழைத்தாலும் ரோஜா ரோஜாதான். ஆனால், ரோஜாவை மனோரஞ்சிதமாக்கிவிடக் கூடாது. ஹைக்கூவையும் வேறு ஏதோ ஒன்றை நினைத்து முகரக் கூடாது.

சீன விசிறியும் சந்தனக் காப்பும்

காவியச் சூரியோதயங்களும், அண்ட கோள நட்சத்திரப் போர்களும், துரும்பின் மீதும், அரும்பின் மீதும் சுமத்தப்படும் குறியீட்டுத் தூண்களும், கருங்கல் சிற்பத்தின் மீது பூசப்பட்ட சுண்ணாம்புக் கற்பனையும், ஒட்டுப் பொட்டாய் உவமைகளும், தட்டுத் தட்டாய் மூன்று வரிகளிலும் உருவகங்களும் இல்லாமல் இயல்பாக அமைந்திருப்பதே, நா.முத்துக்குமாரின் ஹைக்கூக்களை மலைவாசஸ்தல சுகத்துக்கும், நலமான சுவாசத்துக்கும் உட்படுத்துகிறது.

இவற்றில் சில ஹைக்கூக்கள் ஆறேழு ஆண்டுகளுக்கு முன்னரே எழுதப்பட்டவை என்பதால், ஏற்கனவே பரிச்சயப்பட்டவையாகத் தோன்றுகின்றன. Justice delayed is justice denied என்பதைப்போல இவற்றை நாம் தாமதப்பட்ட குற்றத்திற்காக மறுதலித்துவிட முடியாது.

'இன்று வேண்டாம்
நாளை வா நிலா
ஊட்டுவதற்குச் சோறில்லை'

மிகப்பெரிய புரட்சிப் பிரசார சுவரொட்டிகள் ஏற்படுத்த முடியாத மன எழுச்சியை, இத்தகு மென்மையான ஹைக்கூகளால் ஏற்படுத்திவிட முடியும்.

'சிப்பியிலிருந்துதான்
பிறக்கிறது
சுண்ணாம்பும்'

என்னும் ஹைக்கூ, சேற்றிலிருந்துதான் செந்தாமரை என்பதற்கு நேரெதிர் கருத்தைச் சுட்டுகிறது.

'இறந்து போனதை
அறிந்த பிறகுதான்
இறக்கவேண்டும் நான்'

தன்வயக் குறிப்பு கொண்ட, ஆனால் தனக்குத் தானே புறமாய் நிற்கும் Objective பார்வை.

'பிம்பங்களற்ற தனிமையில்
ஒன்றிலொன்று முகம்பார்த்தன
சலூன் கண்ணாடிகள்'

அற்புதமான கவனிப்பு. வித்தியாசமானதும் கூட.

வான்கோழி, மயிலைக் காப்பியடிக்கும். இவருடைய ஹைக்கூவில்,

'பின்பக்க இறகுகளால்
சீனவிசிறி வரைகிறது
வான்கோழி'

இதில் லேசான கற்பனைத் தூசி படிந்து கிடக்கிறது, சில ஹைக்கூகளில். எனினும் சிறு அமைப்பு மாற்றத்தால் அந்தக் குறையைத் துடைத்துவிடலாம்.

'பின்புற இறகுகளை
விரிக்கிறது வான்கோழி
சீன விசிறி'

என்பதைப்போல.

'சாமியின் முகத்தில்
சந்தனக்காப்பு
பல்லக்குத் தூக்கிகளின் சாராய நெடி'

ஒரு இயல்பான நிகழ்வின் முரணைச் சுட்டும் முத்திரை ஹைக்கூ.

'கறுப்பு வெள்ளைப் புகைப்படம்
சட்டெனக் காணவில்லை
பனியும் காக்கையும்'

'இயற்கைக்கு மீளல்' என்னும் பழைய தத்துவத்திலிருந்து விடுபட்டு நவீனத்துக்குட்பட்ட ஹைக்கூ.

'கடலுக்குள் தொடங்கி
குடலுக்குள் முடிந்தது
மீனின் வாழ்க்கை'
என்பது தமிழின் சொல் விளையாட்டாய் அமைகிறது.

'கடற்கரையில் ஊற்று தோண்டியதும்
கையில் கிடைத்தது
பிளாஸ்டிக் பை'

இன்றைய சூழல் மாசை எடுத்துக்காட்டும். ஹைக்கூ தனது இயற்கைப் பிரக்ஞையிலிருந்து முழுவதுமாய் நழுவி விடுவதில்லை என்பது ஒரு நிம்மதி.

'புறாக்கள் வளர்க்கும் எதிர்வீட்டுக்காரன்
எங்களிடமிருந்து பறிக்கிறான்
பூனை வளர்க்கும் சுதந்திரம்'
என்பது ஹைக்கூவுக்கே உரிய முரண் அங்கதம்.

'விளையாட்டு வீரர்கள் போனதும்
கால்பந்து மைதானத்தில்
முழுநிலா'

இயற்கையை, செயற்கை எப்போதும் மறைத்துவிட முடியாது என்பதை அழகியல் உணர்வாய்ப் பரிமாறுகிறது.

'உடையவே உடையாத
நீர்க்குமிழிகள்
பேப்பர் வெய்ட்டுக்குள்'
என்பதும் கூர்மையான கவனிப்பு.

'முந்தின நாள் பெய்த மழையை
நினைவில் வைத்திருக்கும்
சாலைப்பள்ளம்'
இங்கே மழை பின்புலம்.

'எது எடுத்தாலும் பத்து ரூபாய் கடையில்
எல்லாவற்றையும் தொட்டுப் பார்க்கிறது
மழை'

இதுவோ ஒரு ஹைக்கூ நொடி - Haiku Moment. இங்கே மழை பெய்கிறது என்பதை விட ஹைக்கூ நிகழ்கிறது என்பதே பொருத்தம்.

பல சென்ரியூக்களும் இந்நூலில் இடம்பெற்றிருக்கின்றன. அவற்றையெல்லாம் தனியே அச்சிடலாம். இவற்றுக்கு நடுவே எல்லையிடுவதுதான், சிரமமாய்க் கருதப்படுகிறது, ஹைக்கூ கவிஞர்களால். கைகூடும் விரைவில். நா.முத்துக்குமார் தொன்மங்களை அதிகமாய்ப் பயன்படுத்தவில்லை. தொன்மங்கள் ஹைக்கூ உத்திகளில் ஒன்று என்றாலும்கூட.

நெறிகளை மதிக்கும் பண்பு இந்நூலில் வெளிப்படுகிறது. இதைப்போலவே இன்னும் நிறைய ஹைக்கூ கணங்கள் அல்லது நொடிகளை இவர் படம்பிடித்தால் எதிர்கால ஹைக்கூ வரலாற்றில் சிறப்பிடம் பெறுவார்.

பாராட்டுகளோடும், வாழ்த்துகளுடனும்
அன்புச் சகோதரி,

நிர்மலா சுரேஷ்

வாசகனைப் பின்தொடரும் ஆறு

ஆழமான ஆற்றின் ஒரு பகுதியை வெட்டியெடுத்து வாசகனை அதற்குள் மூழ்கச் செய்கையில் அது ஏற்படுத்தும் அதீத குளிர்ச்சியும்; நாக்கில் தெறிக்கும் மொத்த ஆற்றின் சுவையும்; ஆழத்தில் தெரியும் ஜாலங்களும்; மூச்சுத் திணறலும்; நீருக்கு மேல் வந்த பிறகும் அவனைப் பின்தொடரும்.

ஹைக்கூ கவிதைகளின் கடைசி வரிகள் வாழ்க்கையின் நிறங்களை அதிர்ச்சிகளுடன் மனதிற்குள் பதிவு செய்திருக்கின்றன. கடைசி வரிகளின் ஆழங்களைப் பொறுத்துத்தான், வாழ்க்கைக் கோலங்களை அது எந்தளவுக்கு வெளிக்கொணர்கிறது என்பதன் அடிப்படையில்தான் ஹைக்கூவின் வெற்றியும் இருக்கிறது. பல ஜப்பானியக் கவிதைகள் இந்த அனுபவத்தை நமக்குத் தருகிறது.

கடந்த சில ஆண்டுகளில் ஹைக்கூ வாசகன் எதிர் பாராத வேகத்துடன் வந்து குவிந்து கொண்டிருக்கிறது. வெகுஜன பத்திரிகைகளுக்கிடையிலான வணிகப் போட்டியில் பக்கங்களை நிரப்புவதற்குக் கூட இந்தக் குட்டைக் கவிதைகளைப் பிடித்துக் கொள்கின்றனர். அதற்கு முக்கிய காரணம் அதிர்ச்சி தரும் அதன் கடைசி வரிகள். இன்றைய வெகுஜன சிறுகதைகள், தொடர் நாவல்கள் எல்லாவற்றிலும் இதனைச் சந்திக்க முடியும்.

முத்துக்குமார் காஞ்சியில் தோன்றியக் கவிஞர். தூசிகள், பட்டாம்பூச்சி விற்பவன், நியூட்டனின் மூன்றாம் விதி, இவற்றிற்குப் பின் இந்த ஹைக்கூ தொகுப்பு. மனித உறவுகள் தம் இயல்பிலிருந்து மாறிப் போன துக்கத்தை வெளிப்படுத்தும் இவர் கவிதைகளில் சில எனக்குப் பிடிக்கும்.

> ''அடகு வைத்த கைகடிகாரத்தை
> அடிக்கடி நினைவுபடுத்தும்
> மணிக்கட்டில் தழும்பு''

யாரிடமோ எதற்காகவோ அடகு வைக்கப்பட்டுவிட்ட மனிதன் தனக்குரிய வாழ்வையும் அடகு வைத்திருக்கிறான்.

முரண்களோடு வாழ்க்கை ஆறு ஓடிக்கொண்டு இருக்கிறது. பக்தியுடன் மனித வாழ்வும் எவ்வளவு முரண்பட்டது.

> ''சாமியின் முகத்தில்
> சந்தனக்காப்பு
> பல்லக்குத் தூக்கிகளின் சாராய நெடி''

பிணத்திற்குப் பின்னால் நிற்கும் காலம் எவ்வளவு என்று அறிய வழிப்போக்கனும் பிரியப்படுகிறான்.

> ''எத்தனை வயதென்று
> எல்லோரும் பார்த்தனர்
> பாடையில் செல்லும் பிணத்திற்கு''

கவனிக்கத் தவறிய சமூகத்தில் நாயின் மரணத்துக்குப் பிறகு ஏற்படும் நாற்றம் அதிர்ச்சியைத் தந்து நிற்கிறது.

> ''பொருட்படுத்தா மனிதர்களை
> நாற்றத்தால் அறைந்தது
> குடல் சரிந்த நாய்''

சில கவிதைகள், விடுகதையாக மட்டும் நின்று விட்டனவோ என்றும் தோன்றுகிறது. இருப்பினும் ஹைக்கூவின் அதிர்ச்சியும், ஆழமும் பல கவிதைகளில் நிச்சயமாக வாசகனைப் பாதிக்கும்.

வாழ்த்துகளுடன்,

அ.எக்பர்ட் சச்சிதானந்தம்

கடந்து வந்த பாதைகளை
காற்றுடன் பேசுகிறது
குடிசைக் கூரையில் சைக்கிள் டயர்.
❖

வேலியோரத்தில்
கிராமபோன் குழல்கள்
ஆடாதொடைப் பூக்கள்.
❖

ஓய்வாக இருக்கையில்
செல்ல நாயைக் கொஞ்சுகிறான்
நடைபாதை பிரியாணி விற்பவன்.
❖

18
குழந்தைகள் நிறைந்த வீடு

ரயிலில் இருந்து பார்க்கையில்
லெவல் கிராஸிங்கிற்கு அந்தப் பக்கம்
மிரண்டபடி ஆடுகள்.
❖

மொட்டைமாடி புகைப்போக்கியில் சாய்ந்து
தேர்வுக்குப் படிக்கையில்
சமையல் வாசனையும் மிதமான வெப்பமும்.
❖

பரட்டைத் தலையுடன் இலந்தை மரம்
முடிவெட்டுகின்றன
ஆடுகள்.
❖

பிரபலமானவரின் வீடு
வரவேற்பறையில் பரிசுக் கடிகாரங்கள்
எதுவும் ஓடவில்லை.
❖

நடுச்சாமம்வரை படம் பார்த்து
தொலைக்காட்சியை அணைக்கையில்
தண்ணீர் லாரி சத்தம்.
❖

வீட்டுக் கூரைக்கு
பீர்க்கங்கொடியில் பாலம்
எறும்புகள் போய் வருகின்றன.
❖

காலியான தைல புட்டி
நிரம்பியிருக்கிறது
வாசனையால்.
❖

கிராமத்து நாவிதன் முன்
வரிசையாய் பங்காளிகள்
தாத்தாவுக்கு காரியம்.
❖

நேற்றிரவு நல்ல மழை
நெடுஞ்சாலையை கடந்த தவளைகள்
நசுங்கியிருக்கின்றன.
❖

கொடைக்கானல் மலைப்பயணம்
பேருந்திலிருந்து மேகம் ரசிக்கையில்
ஜன்னலை மூடும் கைக்குழந்தைக்காரி.
❖

கதை சொன்ன தாத்தா தூங்கிய பிறகும்
உம் கொட்டிக்கொண்டிருந்தன
சில்வண்டுகள்.
❖

தெய்வம் வந்து ஆடும் பெண்ணின்
விலகிய முந்தானையை
யாரோ திருத்துகிறார்கள்.
❖

நெல் தூற்றுபவர்களின்
முறங்கள் உயரும்போதெல்லாம்
குருவிகள் பறக்கின்றன.
❖

ஆச்சா... ஆச்சா... குரல் கொடுத்தபடி
மதிய உணவு உண்கிறான்
கட்டணக் கழிப்பிட உரிமையாளன்.
❖

ஒவ்வொரு முறையும்
சாய்ந்து நிமிருகிறது
பெட்ரோல் இல்லாத ஸ்கூட்டர்.
❖

இன்று வேண்டாம்
நாளை வா நிலா
ஊட்டுவதற்குச் சோறில்லை.
❖

நடமாடும்
கடிகாரம்
சேவல்.
❖

பறவைக் கூட்டுக்கும்
விலாச எண் இருக்கிறது
சாலையோர மரங்களில்.
❖

வீட்டுக்குள்ளிருந்தும்
அகதியாய் அலைகிறது
நத்தை.
❖

எழுந்து நடந்தான் புத்தன்
போதி மரத்தடியிலும்
எறும்புகள் கடிக்கின்றன.
❖

எத்தனையோ வீட்டுக்குப் படியளந்தவர்
இன்றைக்கும் வறுமையில்
கட்டட மேஸ்திரி.
❖

காற்று பறித்துப் போட்டது
தரையெல்லாம் நட்சத்திரங்கள்
வேப்பம் பூக்கள்.
❖

பிரம்மச்சாரிகள் அறை
ஞாயிறு பிற்பகல்
துணி துவைக்கும் சத்தம்.
❖

நகரத்தைத் தாண்டி
யமஹாவில் பறக்கையில்
முகத்தில் அறைந்தது தும்பி.
❖

குழந்தைகள் நிறைந்த வீடு

வயற்காட்டு எலியே
உனக்கும் பெண்சிசுவா
பின் ஏன் நெல்
❖

யாரும் கவனிக்காததை
உணர்ந்த சிறுவன்
அழுகையை நிறுத்துகிறான்
❖

வாழ்ந்து கெட்ட குடும்பம்
எஞ்சியிருப்பது
இட்லிக்கடையும் வைராக்கியமும்
❖

கோடை தொடங்கிவிட்டது
வெந்நீர் போடும் பாய்லரில்
சமையல் புளி

❖

சுற்றுலாவின் இரண்டாவது நாளிலும்
வீட்டிலிருந்து கொண்டு சென்ற
ஊசிப் போன பூரி

❖

மௌன அஞ்சலிக் கூட்டம்
விடாது ஒலிக்கிறது
செல்ஃபோன்

❖

கடற்கரையில் ஊற்று தோண்டியதும்
கைியில் கிடைத்தது
பிளாஸ்டிக் பை.

❖

குளம்புகளிலிருந்து விடுதலையாகி
தார்ச்சாலையில் சிறைபடுகின்றன
லாடங்கள்.

❖

கரும்பலகையை அழித்ததும்
கோவை இலையில் ஒட்டிக்கொண்டது
க...ங...ச...ஞ...

❖

இறந்த பாட்டியின் மருந்து புட்டியில்
மண்ணெண்ணெய் விளக்கு
ஞாபகங்கள் எரிகின்றன.
❖

மரத்தடியில் மழை விட்டதும்
உலர்ந்துகொண்டிருக்கிறோம்
நானும் கிளைகளும்.
❖

மீன்களும் நீரும் போய்விட்ட பிறகு
தாமரைக் கொடிகளுக்கு ஒரே துணை
தவளைகள்.
❖

நிலவை சாட்சி வைத்து
தெருவிளக்குடன் நடனமாடுகிறான்
யாரோ ஒரு குடிகாரன்.

❖

மழைநாள் வாகன விபத்து
பிரதான சாலையில்
ஒரு வானவில்லும் கொஞ்சம் ரத்தமும்.

❖

ரொம்ப நாளுக்குப் பிறகு
காக்கை எச்சமிட்டதால்
சூரியனைப் பார்த்தேன்.

❖

பறவைகள் முகம் பார்க்க
கண்ணாடியின்றி திரும்பின
வறண்டு போனது நதி.
❖

பத்து வருடங்களுக்குப் பிறகு
படித்த பள்ளிக்குச் செல்கையில்
அதே தமிழ் வாத்தியாரும், ஐஸ் விற்கும் காசியும்.
❖

தானே பென்சில் சீவ அடம்பிடிக்கும்
குழந்தையை அடித்துக்கொண்டிருக்கிறார்
மற்றுமொரு அப்பா.
❖

டெல்லியில் யதேச்சையாய் சந்தித்த
இன்னொரு தமிழனின் கேள்வி
இட்லி தோசை எங்கு கிடைக்கும்.
❖

வாகனங்கள் விரையும்
ஸ்டெர்லிங் ரோட்டு மரத்தடியில்
யாரும் பறிக்காத நாவல்பழங்கள்.
❖

ஈரம் காயாத சிமெண்ட் தரை
காலடியின்றி கடக்கிறது
காற்று.
❖

பின்பனிக்கால தோட்டக் காவல்
இரவு தோறும் விரயமாகிறது
ஒரு கட்டுபீடியும் கொஞ்சம் தைரியமும்.

❖

கிராப் வெட்டிய பனைமரங்கள்
ஹெல்மெட் மாட்டுகின்றன
கள்ளுப் பானைகள்.

❖

ஆயிரத்து சொச்ச அசைவுகளுக்குப் பிறகு
அடகு கடையில் முடங்கி விட்டது
பாட்டியின் பாம்படம்.

❖

காஞ்சிபுரத்து ஜவுளிக்கடையில்
பணிப்பெண்ணுடன் சேர்ந்து வெட்கப்படுகிறாள்
பட்டுப்புடவை வாங்கும் வெள்ளைக்காரப் பெண்.

❖

கள்ளச்சாராயம் விற்கும் புதருக்கு முன்பு
வரிசையாக நிற்கின்றன
வாடகை சைக்கிள்கள்.

❖

காய்ந்த வறட்டியின்
உடம்பு முழுக்க
அம்மாவின் விரல்கள்.

❖

அழுக்காவதை நினைத்து
அலுத்துக்கொள்கின்றன
கபடி வீரனின் பனியன்கள்.
❖

எது எடுத்தாலும் பத்து ரூபாய் கடையில்
எல்லாவற்றையும் தொட்டுப்பார்க்கிறது
மழை.
❖

ஜன்னலோர இருக்கை விரும்பிகள்
இயற்கை ரசிகர்கள் மட்டுமல்ல
வாந்தி எடுப்பவர்களும்.
❖

கிராமத்துப் பாராளுமன்றம்
தற்காலிகமாகக் கலைகிறது
பொதுக்கிணற்றில் நீரில்லை.
❖

உழுது முடித்த வயல்
அங்கங்கே துடித்துக்கொண்டிருக்கின்றன
உடல் அறுந்த மண்புழுக்கள்.
❖

உலகத்துடன் நடனமாடி
ஒரு நிமிடத்தில் நின்றுவிட்டது
பம்பரம்.
❖

சிக்னலுக்குக் காத்திருக்கும்
கூட்ஸ் ரயிலுக்குக் கீழே
பட்டாம்பூச்சிகள் பறக்கின்றன.
❖

குழந்தை வளரும் வீடு
நடைவண்டியின் உச்சியில்
சோற்றுப் பருக்கைகள்.
❖

மரம்விட்டு மாடிக்குச் சென்று
மழைக்குத் தரை இறங்குகின்றன
இலைகள்.
❖

இரவுக்காட்சி படம் முடிந்து
ஆற்றுமணலில் நடந்து வருகையில்
பனியில் நனைந்த காலடிகள்.
❖

பேண்டு வாத்தியக் கலைஞனின்
ஜிகினா ஆடையை உரசுகையில்
ரஸ கற்பூர வாசனை.
❖

வழக்கம்போல இம்முறையும்
லிப்ட்டில் பயணிக்கையில்
அலாரத்தையே பார்க்கிறேன்.
❖

புறாக்கள் வளர்க்கும் எதிர்வீட்டுக்காரன்
எங்களிடமிருந்து பறிக்கிறான்
பூனை வளர்க்கும் சுதந்திரம்.
❖

விளையாட்டு வீரர்கள் போனதும்
கால்பந்து மைதானத்தில்
முழுநிலா.
❖

குழந்தைகளின் முகங்களை
சலனமின்றிப் பார்க்கின்றன
கண்ணாடிக்குள்ளிருக்கும் பொம்மைகள்.

எப்போதும் ஒருவர்
தும்மிக் கொண்டிருக்கிறார்
மாவு மில்லில்.

❖

அவசரப்பட்டு பறித்த கோவைக்காய்கள்
பழுத்துக் கொண்டிருக்கின்றன
வைக்கோல் கதகதப்பில்.

❖

உடையவே உடையாத
நீர்க்குமிழிகள்
பேப்பர் வெய்ட்டுக்குள்.

❖

ஊர் விட்டு ஒதுங்கிய
தனிமையான இடம்
என்ன செய்வீர்கள்.

❖

மேய்ப்பனின் கட்டளைக்குப் பின்னும்
மெதுவாகவே நடக்கின்றன
மழை மேகம் அறியா வாத்துகள்.

❖

உடையாத பனி முட்டைகள் சுமக்கும்
ரோஜா செடிக்கு அடியில்
உடைந்த முட்டை ஓடுகள்.

❖

கண்டிப்பான அப்பா
சற்றே சிரிக்கிறார்
கேமராமேனுக்கு நன்றி.

❖

அண்ணாசாலையில் இரவு நேரம்
நியான் விளக்குகளை ரசிக்கமுடியவில்லை
பஞ்சரான வண்டியுடன் நான்.

❖

கண்ணாடிப் பெட்டிக்கு வெளியே இருந்து
மொய்த்துக்கொண்டிருக்கின்றன
பேக்கரி ஈக்கள்.

❖

உபயோகமற்ற வானொலிப் பெட்டி
சங்கீதம் வாசிக்கிறது
எலி.
❖

வாய்க்காலில் உள்ள எறும்புகள்
வீடு போய்ச் சேரட்டும்
பம்ப்செட்டை நிறுத்துங்கள்.
❖

மார்கழிக் குளிரில்
கோலம் போடும் பெண்களுக்குப் பின்
பூசணிப்பூக்களுடன் சிறுவர்கள்.
❖

பிரசாத் ஸ்டுடியோ புல்வெளி
பாடல் எழுதிக்கொண்டிருக்கையில்
கவனம் கலைக்கும் விமானம்.

❖

எங்களூர் பனைமரமும்
சிவபெருமானும் ஒன்று
பனங்காயில் மூன்று கண்.

❖

பேருந்தில் இடம் பிடிக்க
பூச்சரத்தை ஜன்னல்வழி வைக்கிறாள்
கைக்குட்டை இல்லாத பெண்.

❖

நா. முத்துக்குமார்

அடுக்குமாடிக் குடியிருப்பு
தினந்தோறும் சண்டை
ஜன்னலில் காயும் துணிகளுக்கும் காற்றுக்கும்.
❖

கால்களுக்குக் கீழே
சங்கிலியுடன் பெட்டிகள்
ரயில் சிநேகம் தொடர்கிறது.
❖

கடலுக்குள் தொடங்கி
குடலுக்குள் முடித்தது
வாழ்க்கையை மீன்.
❖

குழந்தைகள் நிறைந்த வீடு

முந்தின நாள் பெய்த மழையை
நினைவில் வைத்திருக்கும்
சாலைப்பள்ளம்.
❖

உடம்பெல்லாம்
வளையல்கள்
தென்னைமரம்.
❖

கையில் விலங்குடன்
பீடிகுடிக்கும் கைதி
கான்ஸ்டபிள் பத்த வைக்கிறார்.
❖

குழந்தைகள் நிறைந்த வீடு
சத்தமாக ஒலியெழுப்புகிறது
ஐஸ்வண்டி.

❖

கத்தி எடுத்தவனை
கண்ணீர் விட வைக்கிறது
வெங்காயம்.

❖

பெரிய பெரிய வாழை இலைகள்
படித்துக் கிழிக்கிறது
காற்று.

❖

குழந்தைகள் நிறைந்த வீடு

பலத்த மழை
வாசலைப் பார்த்துக்கொண்டிருந்தார்கள்
கோயிலில் ஒதுங்கியவர்கள்.
❖

இடிந்த வீட்டில்
புதிய வீடு
கட்டியது சிலந்தி.
❖

பனைமரத்தின் உச்சியில்
தச்சு வேலை
மரங்கொத்திப் பறவை.
❖

மீன்களுக்குப் பசியாற்றி
தானும் பசியாறுகிறாள்
குளக்கரையில் பொரி விற்பவள்.
❖

நண்பன் அடிபட்ட
லாரியின் நெற்றியில்
விநாயகர் துணை.
❖

வயல்வெளிகள்தோறும்
மஞ்சள் யானைகள்
வைக்கோல் போர்கள்.
❖

அடகு வைத்த கடிகாரத்தை
அடிக்கடி நினைவுபடுத்தும்
மணிக்கட்டில் தழும்பு.
❖

எரித்தாலும்
எழுந்து நிற்கும்
என் எலும்புகள்.
❖

நதிக்கரை நாணலுக்கு
கொலுசுகள் போட்டன
நுரைகள்.
❖

சாமியின் முகத்தில்
சந்தனக் காப்பு
பல்லக்கு தூக்கிகளின் சாராயநெடி.

❖

ஆழமான ஆறு
இறங்கியது லாரி
மணல் எடுக்க.

❖

சோளக்காட்டு பொம்மையை
தூக்கிக்கொண்டு போனார்கள்
அறுவடை முடிந்துவிட்டது.

❖

வயதான மலைக்கு
தாடி நரைத்திருக்கிறது.
அருவி
❖

கருப்பு வெள்ளைப் புகைப்படம்
சட்டெனக் காணவில்லை
பனியும் காக்கையும்.
❖

எந்த விருந்தாளிக்கும்
கத்தாதே காக்கையே
எங்களுக்கே உணவில்லை.
❖

தெருவிளக்கிற்கு
ஒளிவட்டம் சூட்டுகிறது
மார்கழிப் பனி.

❖

சிப்பியிலிருந்துதான்
பிறக்கிறது
சுண்ணாம்பும்.

❖

உடை உடலிடம் சொன்னது
உன் வியர்வைக்கு
இனிக்க கற்றுக்கொடு.

❖

சிக்னல் விழும்வரை காத்திருந்து
குழந்தையுடன் நெருங்குகிறாள்
பிச்சைக்காரி.

❖

பூக்களுக்கு
வெள்ளைக் குடை பிடிக்கிறது
பனிப்புகை.

❖

பூட்டிய ரேஷன் கடையிலும்
சர்க்கரைக்கு க்யூ
எறும்புகள்.

❖

செங்கல் சூளையின் மேல்
சிட்டுக்குருவி அமர்கிறது
கீழே கொளுத்துகிறார்கள்.
❖

முதலில் கல்லால் அடித்தவன்
கற்பூரம் ஏற்றினான்
நல்ல பாம்பை அடித்தால் பாவமாம்.
❖

நண்பனின் வயலில்
தலைகீழாய் குடைகள்
செடியில் மிளகாய்.
❖

ஒவ்வொரு முறையும்
மின்சாரம் துண்டிக்கும் போது
தீப்பெட்டி தேடுகிறோம்.
❖

நூறு நூறு தும்பிகள்
தாழப் பறக்கின்றன
தூரத்தில் இருண்ட வானம்.
❖

பிற்பகல் தோட்டத்தில்
செம்பருத்திப் பூக்களை
முகரும் வளர்ப்பு நாய்.
❖

காய்க்கும் பருவம்
முருங்கை மரத்தில் தொங்குகின்றன
செருப்புகள்.
❖

பன்றிகளின்
காய்ந்த கழிவுகளில்
தக்காளிச் செடிகள்.
❖

பிம்பங்களற்ற தனிமையில்
ஒன்றிலொன்று முகம் பார்த்தன
சலூன் கண்ணாடிகள்.
❖

குழந்தைகள் நிறைந்த வீடு

தூக்கமற்ற இரவு
சுவர்க்கோழி கத்த
தொலைக்காட்சியை நிறுத்தினேன்.
❖

இறந்து போனதை
அறிந்தபிறகுதான்
இறக்க வேண்டும் நான்.
❖

பொருட்படுத்தா மனிதர்களை
நாற்றத்தால் அறைந்தது
குடல் சரிந்த நாய்.
❖

அடித்து அடித்து
சோர்ந்து போனார்கள்
மார்பு வேகாத பிணத்தை.
❖

பின்பக்க இறகுகளால்
சீன விசிறி வரைகிறது
வான்கோழி.
❖

அரைக்கம்பத்தில்
வெள்ளைக்கொடி
பூ பூத்த கரும்புவயல்.
❖

குழந்தைகள் நிறைந்த வீடு

ஜன்னலும் பொரி அரிசியும்
தயாராக இருக்கட்டும்
மழை வரப்போகிறது.
❖

கிளையில் கிளிக்கூட்டம்
சட்டென ஏமாற்றுகிறது
பழங்களுடன் ஆலமரம்.
❖

கமலும் ரஜினியும்
குதிரையாய்ப் பறக்கிறார்கள்
ரங்கராட்டினம்.
❖

காலிக்குடங்கள் பார்த்தவாறு
குளத்தடியை நெருங்குகையில்
மிதக்கும் பிணம்.
❖

கடைக்குக் கடை
வாசனை விட்டுச் செல்கிறார்
சாம்பிராணி போடும் பாய்.
❖

பதினைந்து வயதுப் பையன்
பூனையைப் பார்த்தான்
அடர்த்தியான மீசை.
❖

சிக்குமுடி மிட்டாய்க்காரன்
கட்டிவிட்ட கடிகாரம்
வழிகிறது.
❖

நாள்தோறும் இரண்டு முறை
சரியான நேரம் காட்டும்
ஓடாத கடிகாரம்.
❖

சிறகுகள் உதிர்ந்து
வெளிவரும் பறவை
கூண்டிற்கு விடுதலை.
❖

யாரும் தீண்டாமல்
நகரும் தீப்பெட்டி
உள்ளே பொன்வண்டு.
❖

அம்மாவின் மூச்சுக்காற்றை
அடிக்கடி சுவாசிக்கிறது
ஊதாங்குழல்.
❖

இளமையான அப்பாவின் புகைப்படம்
ஞாபகப்படுத்துகிறது
எனது பால்யத்தை.
❖

மாப்பிள்ளை ஊர்வலங்களில் மட்டும்
நகரத்தைப் பார்க்கின்றன
சாரட் வண்டிக் குதிரைகள்.
❖

கவிதை வளர்ப்பதை
தெரியாமலே இருக்கிறான்
தோட்டக்காரன்.
❖

தோட்டத்தையும் பின்பொரு பெண்ணையும்
சேர்த்து ஞாபகப்படுத்துகிறது
நூலகப் புத்தகத்தில் உலர்ந்த செம்பருத்தி.

❖

இலையுதிர்கால இலைகள்
காற்று வரும்வரை காத்திருக்கிறது
பறப்பதற்கு.

❖

அம்மாவை எரித்த பின்பும்
அவள் புடவை ஆவியாகிக்கொண்டிருக்கிறது
இட்லித் தட்டுகளில்.
❖

தியானம் கலைந்து
மூச்சுவிடட்டும் கோலிகள்
சோடா குடிப்போம்.
❖

எங்கள் ஊர் பெண்களும்
மலையேறுவார்கள்
தெய்வம் வந்து ஆடிய பின்.
❖

காலுக்கு மேல்
சூரிய உதயம் பார்க்கிறது
கோபுரம் வாழும் வௌவால்.
❖

பள்ளிவிட்டு வந்த குழந்தைகளை
சமையலறையிலிருந்து யூகிக்கும் அம்மா
ஷாக்ஸ் நாற்றம்.
❖
இரக்கமில்லாத மழை
ஈர விறகுகளுடன்
இருமுகிறாள் அம்மா.
❖

குளித்துக் கரையேறும் மாடு
கோரைப்புல்லிலிருந்து விடுபடுகின்றன
மீன்கள்.

ஜன்னல் கம்பியை வளைத்தது
திருடனல்ல
நிழல்.

குழந்தைகள் நிறைந்த வீடு

இயற்பியல் ஆய்வுக்கூடம்
மாணவர்கள் விட்டுச் சென்றது
ஸ்பெக்ட்ரோ மீட்டருக்குள் வானவில்.
❖

எந்த ஊரில் கேட்டாலும்
கரகரப்பாகவே இருக்கிறது
இஞ்சிமரப்பா விற்பவர்களின் குரல்கள்.
❖

தென்னம்பிஞ்சுகளிலிருந்து
தேர்ச்சக்கரம் தயாராகிறது
பையன்களுக்கு விடுமுறை.
❖

ஒன்றை ஒன்று பார்த்துக் கொள்ளும்
தலையணை வாத்துகளுக்குக் கிடைப்பதெல்லாம்
கொஞ்சம் கேசமும் உமிழ்நீரும்.
❖

74

குழந்தைகள் நிறைந்த வீடு

கொய்யாப்பிஞ்சும் சிற்றெறும்பும்

க்ளைடாஸ்கோப்பில் நுழைந்த வளையல் துண்டுகளிடமிருந்து சூட்சுமங்களைக் கடன் வாங்கி, வாழ்க்கை ஒவ்வொரு முறையும் ஒவ்வொரு சித்திரத்தை விரித்துக்கொண்டேயிருக்கிறது. வெவ்வேறு மனித முகங்கள் பதித்தக் கம்பளங்களை தினந்தோறும் அது விரித்துக்கொண்டேயிருக்கையில் பாரதிதாசனின் கவிதையொன்று ஞாபகச் சிறகசைக்கிறது.

'இத்தரை கொய்யாப் பிஞ்சு; நாம் அதில் சிற்றெறும்பு.'

வாழை மரங்களைப்போலவே வாழ்க்கை மரத்திலும் சம்பவ இலைகள் உதிர்வதேயில்லை. வாழ்க்கை ஒரு வழியைப்போல மௌனமாய் முறைத்துக் கொண்டிருக்கிறது. வழிப்போக்கன் வருவான், போவான். வழி எங்கே போகும்?

ஹைக்கூ என்னும் சின்னஞ்சிறு மீன்கள், குறு குறுவென்று என் பாதங்களை உரசத் தொடங்கிய நேரத்தில், நான் வாழ்க்கை நதியில் இறங்கத் தொடங்கியிருந்தேன்.

கவிதைகளின் ஜூம் லென்ஸ் எனப்படும் இந்த ஹைக்கூ பறவைகள் பெரும்பாலும் பயணங்களில் மட்டுமே எனக்குள்ளிருந்து பறக்கத் தொடங்கின.

ஆகா... பயணங்கள்! சிறுவயதில் பள்ளிக்கூடச் சுற்றுலாவுக்கு அடம்பிடித்துச் சென்றது; தொலை நகரங்களில் நடக்கும் கல்யாண வைபவங்களுக்காக எங்கள் கிராமத்து முகங்களுடன் லாரிகளில் சென்றது; பள்ளி, கல்லூரிக் காலங்களில் சுற்றுப்புற கிராமங்களுக்கு மிதிவண்டியில் அலைந்தது; பதிமூன்றாம் வயதில் ஐம்பது நாட்கள் வட இந்தியா முழுவதும் சுற்றுலாவில் சென்றது; கவியரங்குகளுக்காக தமிழ்நாடு முழுவதும் சென்று வருவது என, பயணங்களின் ஜன்னல்களே என் ஹைக்கூ வானத்தை வண்ணம் மிக்கதாக மாற்றிக் கொண்டிருக்கின்றன.

டெல்லியில் நடக்கும் உலகத் திரைப்பட விழாவுக்காக தமிழ்நாடு எக்ஸ்பிரஸில் பயணித்துக்கொண்டிருக்கிறேன். ரயில் போபாலைக் கடந்து வேகமெடுக்கிறது. ஜனவரி மாத வட இந்தியாவின் பருவநிலை எலும்பை உருக்கும் குளிராகக் கண்முன் விரிகிறது.

பனி... பனி... பனி! ராட்சஸக் கொக்குகளைப்போல பனியின் வெண் சிறகுகள் எங்கள் ரயிலை மூடுகின்றன. கண்ணுக்கெட்டும் தொலைவுவரை பனி அமர்ந்திருக்கிறது. இப்போது, பனியின் கர்ப்பத் திரையினூடாக ஒரு குழந்தையைப்போல ரயில் ஊர்ந்து செல்கிறது. எதிர் இருக்கை பஞ்சாபி இளைஞனின் முணுமுணுப்புகளை மீறி ஜன்னல் திறக்கிறேன். தூரத்தில் பனியில் மூழ்கும் ஒரு மரமும்; மரத்தின் கிளைகளில் ஒரு காக்கையும்; வெள்ளைப் பனியின் பின்னணியில் கறுப்பு நிறக் காக்கை.... ஹைக்கூ தன் ஜூம் லென்ஸை விரிக்கிறது. ரயில் அந்த மரத்தை நெருங்க நெருங்க காக்கையும், பனியும் தொலைந்து மரம் மட்டும் நிராதரவான வெறுமையைச் சுமந்துகொண்டு நிற்கிறது.

என் பேனா எழுதுகிறது;

கருப்பு வெள்ளைப் புகைப்படம்
சட்டெனக் காணவில்லை
பனியும் காக்கையும்.

எழுதி முடித்தவுடன் கவிதையும், ஜன்னலும் மூடிக் கொள்கின்றன.

இப்படி... இப்படி... ஒவ்வொரு ஹைக்கூவுக்குப் பின்னாலும் ஒவ்வொரு சம்பவம் எனக்குள் கண்சிமிட்டிக் கொண்டிருக்கிறது. இயற்கையுடன் இணைந்து வாழ்ந்த சங்க இலக்கியத்தின் திணை வாழ்க்கையில் ஒளிந்தபடி மலையும் மலை சார்ந்த பிரதேசங்களுக்கும் என்னை அழைத்துக்கொண்டேயிருக்கிறது ஹைக்கூ.

என் கவி வாழ்க்கை முதலில் ஹைக்கூவில்தான். இதிலுள்ள சில கவிதைகள் பட்டாம்பூச்சி விற்பவனுக்கு முந்தியவை. ஆறேழு ஆண்டுகளுக்கு முன் பிறந்தவை. அந்தக் காலகட்டத்தில் பத்திரிகைகளில் வெளிவந்து பரவலாகக் கவனிக்கப்பட்டவை.

கிராமத்தில் பிறந்து வளர்ந்து, நகரத்தில் படித்து, தற்சமயம் பெருநகரத்தில் வாழ்ந்துகொண்டிருப்பவன் நான். காலையில் கிராமத்திலிருந்து கிளம்பி கல்விக்காக நகரத்தைத் தரிசித்து திரும்பவும் மாலையில் கிராமத்துக்குத் திரும்பிவிடும் என் பால்ய கால வாழ்க்கை. கிராமம், நகரம் இரண்டின் பலம் - பலவீனங்களையும் எனக்குள் அழுத்தமாய் விதைத்திருக்கிறது. அதன் பிரதிபலிப்பே இக்கவிதைகள்.

என் திரைப்பாடல்களில் ஹைக்கூவின் காட்சித் தன்மையையும், அனுபவ அடர்த்தியையும் சரிவிகிதக் கலவையாய் இணைத்து, என்னுடைய பாணியாக நான் பயன்படுத்துகிறேன். என்னுடைய எந்த பாடலிலும் சுலபமாக நான்கைந்து ஹைக்கூகளைக் கண்டுபிடித்துவிட முடியும்.

இந்தக் கவிதைகளில் சென்ரியூ வகைக் கவிதைகளும் கலந்திருக்கின்றன என்பதை நானறிவேன். சருகுகள் சூழ்ந்ததுதான் தோட்டம் என்பது ஜென் தத்துவம்.

ஹைக்கூவைப் பற்றிய மொழிபெயர்ப்புகளையும், கட்டுரைகளையும் தமிழுக்கு இன்னும் நிறைய

அறிமுகப்படுத்த வேண்டும் என ஆங்கில நூல்களையும், இணையதளங்களில் கட்டுரைகள் படிக்கும்போதும் தோன்றிக்கொண்டேயிருக்கிறது. வாய்ப்பும் காலமும் அமைந்தால் எதிர்காலம் அதற்கு வழிவகுக்கும்.

என் பள்ளி ஆசிரியரும் சிறுகதை எழுத்தாளருமான அ.எக்பர்ட் சச்சிதானந்தம், இந்தத் தொகுப்பை முதுகலை தமிழ் இலக்கிய மாணவர்களுக்குப் பாடத்திட்டமாக வைத்துள்ள மதுரை தியாகராசர் கல்லூரி பேராசிரியர் கு.ஞானசம்பந்தன், கவிதைகளை மலையாளத்தில் மொழி பெயர்த்த கவிஞர் டாக்டர் ரகுராம் அனைவருக்கும்...

அள்ளித்தர அன்புடன்,
நா.முத்துக்குமார்

டிஸ்கவரி புக் பேலஸ் வெளியீடுகள்

நா.முத்துக்குமாரின் படைப்புகள்

1. பட்டாம்பூச்சி விற்பவன் — ரூ.80
2. நியூட்டனின் மூன்றாம் விதி — ரூ.80
3. குழந்தைகள் நிறைந்த வீடு — ரூ.100
4. பச்சையப்பனிலிருந்து ஒரு தமிழ் வணக்கம் — ரூ.100
5. கிராமம் நகரம் மாநகரம் — ரூ.130
6. அ'னா ஆ'வன்னா — ரூ.120
7. கண்பேசும் வார்த்தைகள் — ரூ.140
8. பால காண்டம் — ரூ.90
9. என்னைச் சந்திக்க கனவில் வராதே — ரூ.60
10. நினைவோ ஒரு பறவை — ரூ.200
11. நா.முத்துக்குமார் கவிதைகள் — ரூ.400

நா.முத்துக்குமாரின் இந்த 11 புத்தகங்களின் விலை ரூ.1500

மொத்தமாக வாங்கினால் ரூ.1300 மட்டும்